Sapantaha: Ang Librong Puno ng Mahiwagang Tula

Tulio

Ukiyoto Publishing

All global publishing rights are held by

Ukiyoto Publishing

Published in 2024

Content Copyright © Almera, Aaron Acejo

ISBN 9789367950975

All rights reserved.
No part of this publication may be reproduced, transmitted, or stored in a retrieval system, in any form by any means, electronic, mechanical, photocopying, recording or otherwise, without the prior permission of the publisher.

The moral rights of the author have been asserted.

This book is sold subject to the condition that it shall not by way of trade or otherwise, be lent, resold, hired out or otherwise circulated, without the publisher's prior consent, in any form of binding or cover other than that in which it is published.

www.ukiyoto.com

I dedicate this to my younger self, who grew up unable to express or share his feelings. To my friends and family, thank you for always supporting and believing in me, for showing me that I could achieve this too.

To my family, especially those who encouraged me to keep writing, thank you from the bottom of my heart. To my friends who motivated me and supported me throughout this journey—some of you have even become part of this book. I'm deeply grateful for the insights you shared when I asked, "If you could ask one thing, what would it be?" Your thoughts and contributions made this work even more meaningful. Thank you so much.

Contents

Sino ang mag sasalba?	1
Naranasan mo na ba?	3
Ano ang tunay na nadarama?	5
Paano makikita?	8
Paano naman ako?	10
Bakit Kailangan Masaktan?	13
Ano ang kasalanan?	16
Sino ang mag aakala?	18
Nasaan na sila?	20
Kailan Ba Dapat Masaktan?	22
Aabot Pa Ba sa Dulo?	24
Bakit May Umaalis?	26
Alam Kaya Nila?	28
May Handa Pa Bang Maniwala?	31
Nasaan Na Siya?	33
Paano Magiging Pag-asa?	36
Tapos Na Ba?	38
Maaari Pa Bang Bumalik?	40
Saan Magsisimula?	42
May Babalikan Pa Ba?	44
Mensahe Para Sa'yo	47
About the Author	*52*

Sino ang mag sasalba?

Nakalutang sa alapaap, ngunit may bigat na dala-dala.

Mga pangarap niya'y lumilipad ng matayog, ngunit problema ay pilit siyang nilulubog.

Sino ang magsasalba

Sa binatang puno ng pangamba?

Hindi na batid kung saan patungo,

Gulong-gulo sa kung anong binabato ng mundo.

Paghihirap niya ay kanyang sinasarili,

Kirot at pagdurusa ay ikinukubli.

Sino ang magsasalba

Sa binatang puno ng pangamba?

Hawakan niyo ang kaniyang kamay,

Sapagkat nais niya nang bumitaw sa hamon ng buhay.

Sino ang magsasalba

Sa binatang dati ay puno ng pag-asa?

Sino ang kanyang kakapitan sa oras ng kagipitan,

Kung alam ng lahat ay siya'y palaban?

Paano aalpas sa pagsubok ng buhay na wagas,
Hindi na magawang pumagaspas.
Sino na ang magsasalba
Sa binatang hindi na alam kung saan pupunta?

Hindi ba naririnig ang bulong na sigaw?
Siya ay patuloy na humihiyaw.
Sino na nga ba ang magsasalba
Sa binatang puno ng pangamba,
Kung lahat ay abala?

Ngunit isa lang ang aking mensahe
para sa'yo
Lumingon ka at iyong makikita
Mga taong nakaagapay at
nakahandang sagipin ka
Sa oras na ikaw ay nalulunod sa
sariling problema

Naranasan mo na ba?

Ako'y iyong bigyang pansin,
Ako'y puno ng katanungan.
Minsan ba'y naranasan mo na?
Naranasan mo na bang maiwang mag-isa?

Bata pa lamang, puno na siya ng kirot,
Lumaki sa ingay, sigawan, sakitan, at iyakan.
Bawat kalabog ay nagdudulot ng takot,
Murahan at bangayan, iyan ang kinalakihan.

Hanggang sa paglaki, hapdi'y nananatili,
Naranasan mo na bang magtanong kung ano ang silbi?
Iniwan ng mga dapat sana'y gagabay,
Sa kawalang-saysay, ang tanong ay bumabalik-balik.

Naranasan mo na bang umiyak buong magdamag?
Dahil ang mga dapat magprotekta sa'yo,
Sila rin ang nagdadala ng sakit sa puso mo.
Naranasan mo na bang sumabay ng iyak sa ulan at kulog?

Kung hindi pa, wala kang karapatang husgahan siya.
Mga tao sa paligid, sa kanya'y nahihiwaga,
Ang ugaling taglay niya'y pinipintasan,
Ngunit sila rin ang nagbigay ng dahilan.

Tila pagod na siya, pagod sa bawat araw,
Laging hindi nauunawaan,
Bawat kilos at salita, pinaparatangan—
Siya ay tanging palaban lamang.

Naranasan mo na bang matakot sa katotohanang
Wala kang matatakbuhan?
Walang oras na hindi ito sumasagi sa isipan.
Kaya't sino ka para siya'y husgahan,
Kung isa ka rin sa mga taong kanyang kinakatakutan?

Ang mga dapat sana'y pahinga niya,
Ngayon ay pilit niyang iniiwasan na.
Hindi mo pa siguro naranasan
Dahil hindi mo pa siya nauunawaan.

Ano ang tunay na nadarama?

Hinahanap ang kanyang anino
Sa magulong mundo,
Ano nga ba ang tunay na nadarama?
Ang kanyang puso ay puno ng pagdududa,
Ang isipan ay puno ng katanungan.

Lumingon sa kaliwa't kanan,
Walang makita kundi ang madilim at blangkong kapaligiran.
Puno ng pagdududa ang kanyang isipan,
Pangambang hindi niya kayang iwasan.

Kaya nga ba o kinakaya na lang talaga?
Magpapatuloy pa o susuko na?
Hindi niya alam ang mga kasagutan,
Ngunit ang kanyang isipan ay puno ng katanungan.
Nalilito, nagdududa, nangangamba—
Hindi niya na alam kung ano ang tunay niyang nadarama.

Magpapatuloy pa o magpapahinga na?
May araw na siya ay masaya,
Ngunit may araw na siya ay lugmok sa kalungkutan.
Hindi alam kung sino ang kanyang lalapitan.

Ano ang tunay niyang nadarama?
Takot? Pangamba? Pagdududa?
Hindi ko rin alam, pero isa lang ang kasiguraduhan—
Naghahanap lamang siya ng makakapitan.

Sino ang mag-aalalay sa kamay na dati ay gumagabay?
Sino ang magsisilbing tanglaw
Sa kagaya niyang may dinaramdam, na dati ay nagsilbing ilaw?

Wala. Wala siyang makita kundi ang sarili.
Natatakot siya na baka sa oras na siya ay sumigaw ay walang makapansin,
O walang pumansin,
Kaya minabuti na lang na magsarili.

Hinayaang tumulo ang kaniyang luha
Kasabay ng patuloy na pagkalito

Sa kung ano ang kaniyang tunay na nadarama.

Hinayaan niya nang tuluyang malunod ang sarili sa pagkalito.

Paano makikita?

Dalagang minsan nang nangarap,
Sinubukang lumipad sa alapaap,
Ngunit lumagapak,
Nabali ang kaniyang pakpak.

Paano makikita ang halaga,
Kung sinunog na ang bawat pahina?
Sinubukan niyang kalimutan,
Ang makaraang puno ng kahihiyan.

Paano makikita,
Kung ayaw niyang balikan ang pangarap na nabigo?
Paano makikita,
Kung ang pangungutya lang ang kaniyang naalala?

Ang dilim ng gabi'y patuloy na sumasakop,
Isang alon ng sakit na hindi kayang labanan.
Ang sugatang pakpak ay may tanging alaala,
Isang tadhana na patuloy na kumikirot.

Paano makikita,

Kung ang takot at pagdududa'y patuloy na humahadlang?

Paano makikita,

Kung ang puso'y tanging sugat na lang ang nadarama?

Hindi ba't sapat na ang lahat ng sakit na pinasan?

Ang bawat pagluha, isang alon ng paglimos ng pag-asa.

Paano makikita?

Kung ang kaluluwa'y tila natangay na ng hangin ng paglimos?

Paano naman ako?

Nakakatawa, na sa gitna ng aking nadarama,
Kayo pa rin ang aking inaalala.
Kahit lumuluha na sa sakit,
Kayo pa rin ang aking sinasambit.

Sa bawat luhang lumalabas,
Hindi maiwasang ako'y mapatanong,
Paano naman ako?
Kung panay kayo na lang ang inaalala ng pusong ito?

Minsan ba'y sumagi sa isip ninyo,
Na kagaya niyo, tao lang din ako?
Nakakaramdam ng kirot,
Napapagod at nayayamot.

Paano naman ako?
Kung lahat ay nag-aakalang kaya ko.
Paano naman ako?
Na ang lahat ay nag-iisip na malakas ako.

Tulio

Paano naman ako,

Kung may mga taong naghihintay at umaasa sa pagbalik ko?

Paano ako susuko,

Kung bawat segundo ay nakalaan para sa inyo?

Hindi pa rin ba sapat?

Gayong naibigay ko na sa inyo ang lahat?

Lahat ng kaya ko ay naibuhos na—

Paano na ako, kung wala nang matira?

May handa bang yumakap sa katulad ko,

Kapag nalaman niyo na napapagod na ako?

May hahaplos ba sa likod ko,

Kapag narinig niyo ang iyak ko sa bawat gabing pakiramdam ko ay mag-isa ako?

May sasagot ba sa tanong ko?

Paano naman ako?

Sana ay marinig niyo ang mga hiyaw—

Na ang taong laging nandiyan ay malapit nang bumitaw.

Sana sa gabing ito,
Mahanap ko na ang kasagutan sa tanong ko,
Paano naman ako?
May handa nga bang sumalo?

Bakit Kailangan Masaktan?

Pumatak na ang alas-kwatro ng umaga,
Ngunit dilat pa rin ang kaniyang mga mata.
Ang tanong ay paulit-ulit na sumisigaw sa hangin.
Bakit kailangan masaktan? Bakit siya? Bakit hindi sila?

Bakit kailangang masaktan
Sa mga pangakong napako
Ng taong basta na lang naglaho?
Ang bawat salitang iniukit noon
Ay naging kutsilyong lumapnos sa puso.
May karapatan ba silang mang-iwan?
Siya na lang ba ang dapat masaktan?

Sabihin n'yo nga, nasaan ang hustisya?
Bakit ang mga nanakit
Ay malayang humahalakhak,
Samantalang ang mga sinaktan
Ay naiwan, nakadapa, nagdurusa?
Hindi ba't bilog ang mundo?

Nasaan ang ikot nito para sa tulad niya?

Bakit kailangang siya ang masaktan
Sa mga paratang na walang basehan?
Siya, na gaya rin nila, ay biktima lamang.
Siya, na walang ginawa
Kundi magmahal, magtiwala, at umasa.
Sino ang may sala? Bakit hindi nila makita?

Bakit kailangang tiisin
Ang sakit na dulot ng mga taong tila walang puso?
Hindi ba sila nasasaktan?
O baka nasarapan sila sa pananakit?

Tila isang laro ang mundo,
At ako ang palaging talo.
Ano ang mali sa akin?
Sabihin n'yo! Ano ang mali?
Bakit tila lahat ng kirot
Sa akin ipinukol?

Sa bawat hikbi, gusto niyang isigaw,
"Hindi ko na kaya! Tama na!"

Ngunit tila bingi ang mundo
Sa sigaw ng sugatang puso.
Sila ang nagkasala, bakit siya ang nagdurusa?

Hanggang kailan siya maghihintay ng sagot?
Ang puso niya'y pagod na sa paghahanap,
Ngunit wala pa ring kasagutan.
Bakit kailangan masaktan?

Ano ang kasalanan?

Nakatulala, nakatingala
Hindi maiwasang magduda,
Mapatanong kay Bathala,
Ano ang kasalanan niya upang magdusa?

May makakasagot ba sa kanyang katanungan?
Ano ba ang kasalanan,
Upang pagdusahan
Ang kamaliang wala siyang kamalayan?

Bakit siya ang pinarurusahan?
Araw-araw, siya'y titingala,
Tanging masakit na liwanag ang nakakamtan,
Kailan kaya magliliwanag ang isipan
Na hindi niya hiniling na siya'y isilang?
Subalit tila ito'y isang utang?

Ano ang kasalanan niya upang parusahan,
Gayong hindi naman siya ang may sala?

Tulio

Bakit kailangang siya ang pumasan
Ng obligasyong hindi niya naman kagagawan?

Ano ang kasalanan niya upang magsakripisyo?
Kung ang taong may dapat gampanan
Ay tuluyan nang tumalikod, iniwan,
Bakit siya ang humaharap sa problemang
Siya'y biktima lamang?

Hindi niya lubos na maunawaan,
Bakit siya ang pinahihirapan,
Habang ang tunay na may kasalanan
Ay masayang nabubuhay?

Isang batang walang kamalayan,
Kailangang dumilat sa malupit na mundo.
Ano ang kasalanan niya
Upang kaniyang pasanin ang problemang
Hindi naman siya ang dapat humarap?

Sino ang mag aakala?

Tila lahat ay nabigla,
Sino ang mag-aakala?
Ang dating masiyahing bata,
Bigla na lang matahimik, mapag-isa.

Sino ang mag-aakala?
Ang dating nakangiti,
Ay bigla na lamang mistulang sawi—
Ang matamis na ngiti, tuluyan nang nawala.

Ang mga matang dati'y may ningning,
Sino ang mag-aakala?
Na ngayo'y tila ba'y walang damdamin,
Lumbay ang kapiling sa gabing madilim.

Sino ang mag-aakala?
Na ang batang puno ng pangarap,
Ay ngayo'y nagkukubli sa kanyang mga yapak,
Pilit tinatakpan ang sugat na di mahilom sa bawat galak.

Sino ang mag-aakala?

Na ang saya ay may hangganan pala,

Sa ilalim ng bawat tawa, may kirot na dinadala,

At ang musmos na puso ngayo'y naglayag sa kawalang-hanggan.

Na ang lakas ng isang bata, unti-unting magigiba,

Pag-asa'y tila isang bulaklak na unti-unting nalalanta,

Sinong mag aakala?

Na wala nang natirang kulay kundi ang kanyang pagdurusa.

Sa likod ng bawat tingin, may nakatagong sigaw,

Sa bawat yakap ng gabi, puso'y muling bumibigay.

Sino ang mag-aakala, na ang dating masigla,

Ay ngayo'y naghahanap ng liwanag, na tila ba nawala?

Nasaan na sila?

Mag-isa, naglalakad sa gitna ng dilim,
Tanging mga anino ang kanyang kapiling.
Minsan ay napahinto, napasiping,
Isang tanong ang bumigat sa damdamin—
Nasaan na nga ba sila?

Nasaan na ang mga kamay na dati'y umaalalay,
Yung mga yakap na sa kanya'y nagbibigay-lakas?
Mga bulong na puno ng pangaral at wagas,
Na laging paalala sa dasal ay manatiling tapat,
Lalo na kung siya'y mag-isang nalulumbay.

Ngayo'y tila may kulang, isang malalim na puwang,
Na iniwan ng mga taong minsang kanyang kanlungan.
Nasaan na sila sa mga yapak ng nakaraan? Siya'y humakbang, ngunit ang bawat hakbang ay puno ng pangungulila,
Hinahanap ang kanilang mga anino, ngunit wala.

Sinubukan niyang tawagin sila sa dilim,

Subalit ang sagot ay katahimikan—malamig at matalim.
Saan niya sila hahanapin?
Saang sulok ng alaala sila dudungawin?
Ang dating maliwanag na daan, ngayon ay tila naglaho,
Kasama ng mga taong kanyang ginawang mundo.

Kailan ba niya muling maririnig ang kanilang tinig?
Mga tawa, mga salitang nagbibigay ng pag-ibig.
Nasaan na sila, ngayong siya'y nag-iisa?
Sa harap ng kawalang-kasiguraduhan,
Umaasang sa dilim ay may liwanag pa rin,
Ngunit ang tanong ay nananatili—
Nasaan na sila?

Kailan Ba Dapat Masaktan?

Kinaiinisan sa mata ng karamihan,
Siya'y itinutulad sa balat ng sibuyas.
Sa nipis nito'y tila mabilis mabasag,
Puso'y sugatang lumalaban sa bawat dagok ng hagupit.

Ngunit kailan ba dapat masaktan?
Kapag ba iniwan ng mga taong bumuo sa kanya?
Matagal na itong naglaho sa kawalan,
Ngunit bakit nananatili siyang parang walang pilat?

Kapag ba pinaasa ng taong dapat siyang mag aalaga?
Ang mga palad na minsang nangako ng proteksyon
Ay siya ring unang bumitiw,
Ngunit heto siya—nakangiti sa gitna ng sakit,
Nagtatanong. Kailan nga ba dapat masaktan?

Hindi niya lubos maunawaan,
Bakit ang bawat patak ng kanyang luha
Ay ihinahambing sa sibuyas na walang kalaban-laban?

Tulio

Hindi ba't ang bawat hikbi niya'y dulot nila,
Ang mga taong iniwang walang paalam?

Kung ang pagiging marupok ay kasalanan,
Sino ang magdidikta ng hangganan?
Hanggang kailan niya itatago ang kirot
Na paulit-ulit niyang sinasalo?

Sa kabila ng lahat, isang tanong ang nananatili,
Kailan ba dapat masaktan?
Kung ang sugat ay di na kayang hilumin,
At ang puso'y pagod na rin sa panalangin.

Aabot Pa Ba sa Dulo?

Aabot pa ba sa dulo,
Kung ang bawat hakbang ay tila pasan ang mundo?
Kung ang bawat pangarap ay pilit inaagaw,
At ang bawat sigaw ay hindi marinig kahit saan?

Paano pa lalaban
Kung ang sarili'y tila nawalan ng tiwala?
Sa bawat araw na lumilipas,
Ang kanyang mga kamay ay unti-unting bumibitaw.

Aabot pa ba sa dulo,
Kung ang liwanag ay natatakpan ng takot?
Kung ang mga bituin ay tila ba mailap,
At ang hangin ay malamig, puno ng pagdududa?

Hirap at sugatan,
Ang mga luha ay di na mabilang.
Paano kakapit sa natitirang lakas,
Dahil ang dulo'y hindi matanaw at tila gusto nang bumibitaw.

Aabot pa ba sa dulo?
Hindi niya din alam.
Hindi dahil mahirap,
Kundi dahil naliligaw na siya sa kaniyang landas na tinatahak .

Sa bawat tanong na hahalo sa isipan,
Sa bawat takot na humahadlang,
Ang sagot ay hindi makita,
Sa pagtitiwalang kaya niya—
Sapagkat siya ay nanghihina, nag-iisa.

Aabot pa ba sa dulo?
Hindi niya din alam.
Dahil hindi niya alam paano pa lalaban,
Paano pa siya babangon? Aabot paba?
Paanong muling tatayo, sa ilang beses na pagkadapa?

Bakit May Umaalis?

Sa magulong paligid,
Bakit may umaalis?
Walang kasagutan, tanging kirot ang umuukit
Sa pusong umaasa, ngunit lagi na lang nasasabik.

Sa paglisan nila, sino ang hahawak sa kaniyang kamay?
Sino ang tatahan sa luha niyang walang kapantay?
Sa bawat paalam, siya ba'y naiisip?
O baka iniwan na lang, tuluyang di pinansin?

Bakit may umaalis?
Kung minsan silang naging liwanag sa dilim,
Dumating sila nang puno ng ngiti,
Ngunit bakit lilisan, iniwan siyang bitin?

Ang mundo'y tila laro ng pagkikita at pagkawala,
Sa bawat yakap, may paalam na naghihintay sa dulo ng sala.
At ang kabataan niyang puno ng pagdududa,

Ay patuloy na nagta tanong, naghahanap ng sagot, ngunit wala.

Bakit may umaalis?

At kailan kaya siya'y matututong umintindi?

Kung ang puso'y paulit-ulit na nasasaktan,

Hanggang kailan maghihintay ng isang hindi lilisan?

Alam Kaya Nila?

Madilim na ang paligid,
Tanging ingay ng kuliglig ang maririnig.
Subalit ang kaniyang mata'y dilat pa rin,
Nalulunod ang isipan sa takot na nakabaon.

Alam kaya nila?
Na ang batang kanilang nakikita
Ay madalas na nagtatago ng pangamba,
Sa takot na baka hindi niya sila mapasaya.

Babangon siyang pasan ang bigat,
Na parang ang mundo'y nakapatong sa balikat.
Alam kaya nila
Na walang oras na lumilipas
Na hindi siya kinakain ng pag-aalala?

Sa bawat hakbang, sa bawat galaw,
Pakiramdam niya'y siya'y laging hinuhusgahan.
Alam kaya nila kung paano siya napagod

Sa walang katapusang paghahangad na sila'y matuwa?

Ngunit ano ba ang alam nila
Sa mga gabing ang unan ang saksi
Sa mga luhang hindi na niya mabilang?
Ano ba ang alam nila
Sa mga panalangin niyang paulit-ulit
Na sana'y kahit minsan, sapat na siya?

Kaya't imbes na lumuha,
Pinilit niyang ngumiti.
Pinilit niyang magpanggap,
Na parang ang lahat ay maayos at buo.

Ngunit sa likod ng bawat pilit na ngiti,
May pusong humihiyaw
Alam kaya nila?
O baka sadyang mas madaling hindi pansinin?
At sa dulo ng bawat pag-iisip,
Walang sagot, tanging sakit.

Alam kaya nila?
Na sa bawat araw na siya'y bumabangon,

Unti-unti na rin niyang isinusuko ang sarili.

Alam kaya nila ang tunay niyang nararamdaman?

Hindi, hindi nila alam—

At marahil, hindi nila gustong malaman.

Para sa kanila, isa lamang itong malaking ka-dramahan,

Isa lang itong kwento na wala namang saysay at tanging pag-iinarte lamang.

May Handa Pa Bang Maniwala?

May handa pa bang maniwala?
Kung sa bawat kamusta ay "ayus lang" ang sagot niya,
Kahit na sa likod ng salita'y nagdurugo na,
Nahihiya siyang ipakita,
Dahil baka siya'y kaawaan lang ng iba.

Matamis ang ngiti sa kanyang labi,
Tawa niyang tila walang kasing saya.
Ngunit sa likod ng saya'y isang lihim,
Hindi kayang ikubli, kahit pilitin—
Ang kanyang mga mata'y puno ng pighati,
Parang sigaw na pilit pinatahimik.

Hindi niya kaya.
Sa bawat gabing tahimik, siya'y naguguluhan.
Sa bawat oras na lumilipas,
Ang tanong ay sumisigaw sa isipan
May handa pa bang maniwala?

Kung kahit siya ay hindi niya na kayang paniwalaan ang sarili niya?

May handa pa bang makakita
Sa pusong tila nilamon na ng takot at pagdududa?
Sa bawat hakbang, tila siya'y napapako,
Sa tanikala ng mga tanong na walang sagot.

Kung maski siya'y nagtatanong
Kaya pa ba? Tama pa ba ang lanadas na kaniyang tinatahak?
May handa pa bang maniwala,
Kung pati siya ay nawawala na?

Ngunit kahit ang sagot ay tila malayo,
Hinahanap niya pa rin ang liwanag sa dilim.
Kahit na wala siyang kasiguraduhan,
Umaasa pa rin, kahit paunti-unti,
Na baka… baka may handa pang maniwala sa kanya.

Nasaan Na Siya?

Malinaw pa ang lahat,
Ang bawat araw ay puno ng liwanag.
Masaya, maligalig siyang nakangiti,
Hindi maipagkakaila ang kislap sa kanyang mga mata.

May liwanag siyang dala,
Lahat ay namamangha sa kanyang kabibuhan,
Siguradong pati ikaw ay mamangha,
Ang batang tila kayang abutin ang mga bituin.

Subalit lumipas ang taon,
At ang sigla'y unti-unting nawala.
Nasaan na siya?
Nasaan na ang batang kinatutuwaan ng madla?

Nasaan na ang dating batang puno ng pag-asa?
Ang batang may mataas na pangarap,
Na walang takot harapin ang mundo?
Nasaan na siya? May naka kita ba sainyo?

Kasabay ng kanyang pagkakadapa
Sa pag-abot ng pangarap,
Tuluyan ding nawala
Ang batang dati'y puno ng saya.

Ang mga ngiti'y naging pilit,
Ang mga mata'y nawalan ng kinang,
Tila natabunan ng mga alaala ng kabiguan.
Ang dating matapang ngayo'y marami ng kinakatakutan.

Hinahanap niya ang sarili sa bawat salamin,
Ngunit ang repleksyon ay hindi na kanya.
May nakakita ba sa kanya?
O siya'y tuluyan nang nilamon ng takot?

Nasaan na siya?
Ang batang minsang puno ng tapang,
Ngayon ay nilamon ng pangungulila.
Walang nakakaalam kung saan ito nag punta ngunit batid niya kung bakit ito nawala.

Tulio

Kung may makakita sa kanya,
Sabihin niyo naman—
Bakit niya iniwan ang kanyang sarili?
At kailan kaya niya muling mahahanap
Ang dating siya,
Na minsan nang naging liwanag sa dilim?

Paano Magiging Pag-asa?

Bakit laging kabataan ang pag-asa ng bayan?
Hindi ba't sila'y naging kabataan rin naman?
Anong nangyari sa mga nauna,
Na tila nagkulang, mistulang nabigo?
Kaya naman sa sumunod na henerasyon
Binuhos ang galit, ang pag-asang puno ng tanong.

Paano magiging pag-asa,
Kung ang bayan mismo ang unang nagmaliit sa kanila?
Minsan na nilang sinubukang patunayan
Na sila'y may silbi, na may alam rin.
Ngunit anong nakuha?
Pangmamaliit, pagtawa, at pangungutya.

Sa bawat pagkakamali, sila ang sinisisi,
Sa bawat kaguluhan, sila ang may sala.
Ngayong ang bayan ay nagigipit,
Ang sa kanilang mga balikat pinipilit ipaadala ito.
Pag-asa ng bayan ang kabataan,

Subalit bakit tila walang nakikinig?

Paano magiging pag-asa,
Kung pati sila'y nawawala na rin?
Nangakong mangangarap, ngunit sino ang susuporta?
Ang mundo'y tila nagmistulang tanikala,
Dinurog ang kanilang tapang, nilamon ang kanilang pangarap.

Paano magiging pag-asa,
Kung ang tiwala'y nawala na sa kanila?
Kung ang sariling sigaw nila'y walang nakakarinig,
Kung ang ilaw sa daan ay naglaho sa dilim?

Pag-asa ba talaga ang tawag,
O isang responsibilidad na binibigkas nang walang pag-unawa?
Kung nais niyong maging pag-asa sila,
Turuan niyo rin silang muling umasa—
Sa bayan, sa sarili, at sa kinabukasan.

Tapos Na Ba?

Tapos na ba? O naliligaw lang siya sa pagitan ng simula at katapusan?
Sapagkat parang kahapon lang,
Hawak pa niya ang mga alaala nilang kay saya.
Ngunit ngayon, tila naglalaho na ang mga ito,
Unti-unting nagiging kuwento na lang.

Paano nga ba? Paano naging ganito kabilis ang panahon?
Isang iglap, ang dating "sila"
Ay napalitan ng katahimikan at alikabok ng kahapon.
Masyado bang naging masaya,
Kaya hindi nila napansin ang papalapit na wakas?

Kung kaya lang sana niyang pigilan ang oras,
Gagandahan niya ang bawat pahina ng kwento nila.
Lalagyan ng mas maraming ngiti,
Mas maraming tawanan, mas maraming pagmamahal.
Ngunit paano kung hindi na niya maibalik?
Paano kung nasa huling kabanata na sila?

Tapos na ba? O may pagkakataon pa silang ayusin ang pahinang ito?

Naiiwan siyang nagtataka, nasasaktan,

Hindi ba't sila rin ang nagsabing hindi magtatapos ang lahat?

Ngunit ngayon, tila tinapos na nila,

At siya'y naiwan sa pagitan ng tanong at sagot.

Kung ito na nga ang dulo,

Paano niya tatanggapin na wala na sila?

Kung sila ang pinakamagandang bahagi ng kwento,

Bakit ganito kasakit ang huling kabanata?

Tapos na ba? O siya lang ang hindi pa handang sumuko?

Maaari Pa Bang Bumalik?

Sa pagdampi ng unang liwanag,
Hinahanap niya ang mga yakap na kay init.
Sila ang tahanan sa gitna ng gulo,
Ngunit bakit tila lahat ay unti-unting naglaho?

Maaari pa bang bumalik?
Sa mga panahong siya'y kanilang kapiling,
Sa mga tawang kay lakas,
At sa mga gabing puno ng ligaya't tawang wagas.

Sa bawat yapak ng oras,
Ang alaala ay tila nagiging abo.
Gusto niyang balikan, mahigpit na yakapin,
Ngunit parang hangin, wala nang masandalan.

Ito na nga ba ang dulo?
Maaari pa bang humingi ng huling sandali?
Gusto niyang damhin muli ang init ng kanilang mga ngiti,
At alalahanin ang lahat ng kanilang pinagdaanan.

Huwag sanang ibaon ang alaala,

Sa pag-ikot ng mundo at paglipas ng panahon.

Pangako, kahit sa kabilang buhay,

Hinding-hindi sila mawawala sa puso niyang buhay.

Maaari pa bang bumalik?

Kahit saglit lang, kahit isang iglap.

Babalik siya sa kanila, kung maaari lang,

Dahil sila ang tahanan ng puso niyang nagdurusa't naghahanap.

Saan Magsisimula?

Saan magsisimula ang pusong pagod?
Na sa bawat laban niya, tila walang panalo.
Sa bawat hakbang, nadaragdagan ang kirot,
At sa bawat tanong, nawawala ang sagot.

Sa kwarto'ng madilim, doon siya lumuluha,
Hindi dahil mahina, kundi dahil hindi niya na kaya.
Paano nga ba magsimula kapag lahat ay naghihintay,
Ngunit walang nakikinig sa kanyang tunay na tinig?

Ang buhay ay parang karera na walang pahinga,
Laging kailangang manalo, laging kailangang una.
Ngunit paano kung sa likod ng tropeyo at medalya,
Nakatago ang isang pusong puno ng kawalan at dusa?

Saan magsisimula ang paghanap ng sarili?
Kung sa bawat salamin, ibang mukha ang kaniyang nakikita.
Hindi ang batang dating puno ng ngiti,
Kundi isang taong hinubog ng takot at pagkukunwari.

Saan magsisimula ang pagtanggap ng mundo?
Kung ang bawat hinaing ay sinasabing drama.
"Maswerte ka pa rin," laging sambit ng iba,
Ngunit paano ang pusong halos di na makahinga?

Saan magsisimula ang tunay na pakikinig?
Hindi ang pagsumbat, hindi ang paghahambing.
Kung minsan, ang kailangan lang ay yakap,
Hindi mga salitang lalo pang nananakit.

Saan magsisimula ang pagbabago ng lahat?
Kung ang mga magulang niya ay hindi rin handang magbukas.
Kung ang anak ay takot na muling magpahayag,
At piniling magtago sa likod ng katahimikan.

Saan magsisimula ang paghilom ng sugat?
Ang damdaming tila wala nang hinaharap,
Sa bawat tanong ay hinahanap ang sagot,
Ngunit ang sagot ay tila nawawala sa ulap
Saan? Saan siya mag sisimula?

May Babalikan Pa Ba?

May babalikan pa ba?
Sa paglalim ng gabi't lamig ng hangin,
Ang alaala'y kay bigat dalhin.
Nawala, naligaw, nagpakalayo,
Paano nga ba muling makauwi rito?
May babalikan pa ba?

Mga mata'y tumingin sa bituin,
Bakas ng dating liwanag, ngayon ay hangin.
Ang mga yakap na minsang nadama,
Ngayo'y anino ng alaala't alon.

Ang tahanan, mga kaibigan,
Mga ngiting dati'y saksi sa kasiyahan.
Nasa'n na sila? Umiikot ang tanong,
Puso'y nangangapa, pangarap ay baon.
May babalikan pa ba o baka wala na?

Ang tahanang minsan kong iniwan nang kusa.

Nais kong bumalik, humingi ng tawad,
Ngunit takot ang pumipigil, panahong nag-aalpas.
May babalikan pa ba?

Buhay na dati'y isinumpa, sinuka,
Ngayon ay hinahanap sa bawat luha.
Lumalaban man sa hangin at alon ng tadhana,
Bumubulong pa rin sa hangin ng tanong na mag-isa.

May babalikan pa ba?
Kung muling lalapit sa minsa'y pinalayas,
Makakatanggap pa kaya ng bukas na palad?
O marahil sa kahon ng paglimot ililibing,
Tulad ng mga alaala't kasaysayang iniwang masakit.

May babalikan pa ba?
Sa pagtingala sa bituin, nananalangin,
Nagbibilang ng oras na parang alitaptap ang hangin.
Kahit pa magkaisip ng dahilan at lakas,
Ang mga katanungan ay wala paring wakas..

May babalikan pa ba?
O sa dulo'y magiging anino't tanong,

Bulong ng puso't diwang nagugulong.
May babalikan pa ba?

Nawala, naligaw, nagpakalayo,
Ang pusong nangangarap ng muling pagbuo.
Kahit pa sumisigaw, kahit pa dumadalangin,
Pananabik at takot, sa puso'y humihimig,
May babalikan pa ba o baka wala na?

Mensahe Para Sa'yo

Ang Sapantaha ay isang libro ng mga tula na puno ng mga damdamin at tanong ng isang kabataan, at nagsasabi na hindi tayo nag-iisa sa mga pinagdadaanan natin. Ang bawat tula ay paalala na tanggapin natin ang ating mga sugat at mga tanong, at huwag matakot harapin ang mga emosyon na minsan ay tinatago natin. Sa kabila ng lahat ng pagsubok, may mga taong handang magbigay ng suporta at liwanag. Sana, tayo rin ay maging bahagi ng mga tao na nagbibigay ng liwanag sa iba. Hindi natatapos ang ating kwento sa sakit. Sa halip, nagsisimula ito sa paglaya at lakas na natutuklasan natin sa tulong ng mga taong nandiyan para sa atin.

Sino ang Magsasalba?

Minsan, ang makakapagligtas sa binatang puno ng takot at pangamba ay siya mismo kasama ng mga taong dumamay. Sa bawat pagkadapa, may mga kamay na nag-aabang para alalayan siya. Ang tunay na kaligtasan ay nagsisimula sa sarili, sa pagtanggap na kailangan ng tulong, at sa muling pagbangon.

Naranasan Mo Na Ba?

Lahat tayo ay may kani-kaniyang laban. Hindi natin maaaring husgahan ang iba base lang sa sarili nating karanasan. Hindi laging nakikita ang sugat ng iba, kaya dapat tayong maging sensitibo at handang makinig dahil bawat isa ay may kwento ng sakit na nakaraan.

Ano ang Tunay na Nadarama?

Sa likod ng ngiti ay maaaring nagkukubli ang totoong damdamin. Mahalaga na maging totoo sa sarili, harapin ang kalituhan, pagdududa, at humingi ng tulong sa mga handang makinig.

Paano Makikita?

Ang halaga ng sarili ay makikita sa pagtuklas muli kahit sa kabila ng pagkadapa. Ang pagbagsak ay hindi katapusan, pero ito ay isang pagkakataon upang bumangon, harapin ang takot, at maniwala ulit na may posibilidad ng tagumpay. Hindi ka talunan para sa iba, isa kang malakas na patuloy na lumalaban.

Paano Naman Ako?

Kapag pagod ka na, alalahanin mong may karapatan kang magpahinga at alagaan ang sarili. Hindi kasalanan ang unahin ang sarili bago ang iba. Hindi ka nag-iisa may mga taong handang makinig at tumulong.

Bakit Kailangan Masaktan?

Ang sakit ay bahagi ng ating paglaki. Bagamat mahirap, ito'y humuhubog sa atin upang maging mas matatag at mas maunawain. Ang bawat sugat ay nagtuturo sa atin ng lakas, habang ang peklat nito ay nagpapaalala ng ating tibay.

Ano ang Kasalanan?

Hindi lahat ng paghihirap ay bunga ng kasalanan. Minsan ito'y simpleng bunga ng masalimuot na buhay. Huwag kang matakot magkamali o madapa. Ang mahalaga ay bumangon at tanggapin ang ating kahinaan.

Sino ang Mag-aakala?

Sino ang mag-aakalang ang taong palaging nakangiti ay may dalang hinanakit? Kaya't kilalanin natin ang mga nasa paligid. Ang mga tahimik ay pwedeng may pinapasan na bigat.

Nasaan na Sila?

Habang patuloy tayong naglalakbay, may mga naglalaho, at minsan ay nakadarama ng lungkot. Ngunit huwag maghintay sa iba para sa pagbabago, ang pinakamahalagang hakbang ay sa sarili magsimula.

Saan Magsisimula?

Mag-umpisa ka sa umpisa. Bago ka masaktan, bago ka mawalan ng pag-asa, dapat alam mo muna kung bakit ka nasaktan. Minsan, ang mga pusong pagod ay nahihirapan pero sa bawat hakbang, may pagkakataon pa ring magsimula. Ang tunay na pagbabago ay hindi sa huling kabanata kundi sa mga unang hakbang na ibinibigay natin sa bawat araw.

Kailan Ba Dapat Masaktan?

Walang tamang oras para masaktan. Kailangan lang itong harapin. Minsan, sa pagharap sa sakit, natututunan natin kung gaano tayo kalakas.

Aabot Pa Ba sa Dulo?

Kahit gaano kahirap, may pag-asa pa rin. Kahit pagod na, huwag huminto. Sa pagtitiwala sa sarili nagsisimula ang pagbabago.

Tapos naba?

Hindi pa. Hindi pa tapos kasi habang buhay tayo, may pagasa pa tayong baguhin ang ating kwento. Hindi sa lahat ng oras ay makikita natin agad ang mga sagot, pero ang mga tanong at sugat ay hindi nagtatapos sa pagkawala.

Bakit May Umaalis?

Ang paglisan ay bahagi ng buhay. Bagamat masakit, maaari itong maging daan sa sariling pag-unlad. Sa bawat pagkawala, kailangan parin natin muling umusad.

Alam Kaya Nila?

Minsan ay nag-iisa tayo sa ating takot at pagod. Pero hindi kailangang itago ito. Ang pagtanggap sa kahinaan ay hakbang tungo sa kapayapaan.

Maari Pa Bang Bumalik?

Marami ang mga tanong lalo na sa mga bagay na iniwan natin sa nakaraan. Kung nais mong malaman ang mga sagot baka makita mo ang mga bagay na hinahanap mo sa nakaraan, huwag kang matakot na bumalik, bumalik sa mga yakap ng mga minahal, ang mga tawa ng mga kasama, at ang mga gabing puno ng saya.

May Handa Pa Bang Maniwala?

Sa gitna ng pagdududa, may mga taong handang maniwala. Ang mahalaga, simulan mo sa sarili mo. Magtiwala ka na kaya mo.

Nasaan na Siya?

Ang dating sarili ay maaaring mawala, pero hindi ibig sabihin na hindi mo ito matatagpuan muli. Kilalanin kung sino ka na ngayon.

Paano Magiging Pag-asa?

Ang tiwala, suporta, at pagkilala sa kakayahan ng isa't isa ay nagiging daan para sa inspirasyon at pagbabago. Sa sama-samang pagtutulungan, mabubuo ang isang mas magandang kinabukasan.

May Babalikan Pa ba?

Ang buhay natin marami tayong pagkakataon na napapalayo sa mga bagay na dati nating minahal, mga lugar, kaibigan, o mga pagkakataon na minsan naging bahagi ng ating kaligayahan. Minsan magulo ang isipan at mahirap tanggapin na may mga bagay na hindi na babalik. Kung maibabalik man ito, hindi na ito katulad ng dati, ang tangi nalang nating magagawa ay pahalagan, ingatan at mahalin ang mga alalang mayroon tayo sa tao, bagay, panahon o lugar man na'yon.

Lagi mong tatandaan na MAHALAGA KA AT IMPORTANTE KA SA BUHAY NG IBA.

About the Author

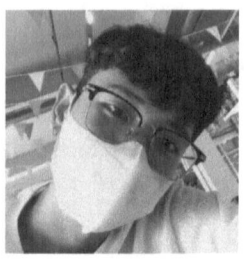

Tulio

Tulio is a flower blooming in unexpected places. His words are like petals, unfolding stories that has emotions, perspectives, and dreams. With each line, he strives to capture moments that resonate deeply, much like the fragrance of a hidden bloom waiting to be discovered. To his world where language grows, blossoms, and connects people.

Tulio discovered his passion for writing at a very young age, around 9 or 10 as he writes some fables. As the years passed, he became the campus journalist for his school and competed in the Division School Press Conference, where he and his team achieved 1st runner-up. Beyond academics, he shared his creativity through platforms like Wattpad, Facebook, and even Novelah.

www.ingramcontent.com/pod-product-compliance
Lightning Source LLC
LaVergne TN
LVHW041636070526
838199LV00052B/3386